Ìwé yìí jẹ́ ti Olórun kan soso tí ó ní ìfẹ́ jùlo,

◆————————————————◆

Ìtàn Ìsẹ̀dá Ayé (The Creation of the World)

Ní àtètèkọ́se, Ọlọ́run dá ọ̀run àti ayé. Ayé wà ní òfìfo àti júujùu, ẹ̀mí Ọlọ́run sìn rábàbà lórí omi. Ọlọ́run sì wípé, kí ìmọ́lẹ̀ kí ó wà, ìmọ́lẹ̀ sì wà. Ọlọ́run sì ri wípé ìmọ́lẹ̀ náà dára.

Ọlọ́run pàṣẹ kí omi kí ó wà, àti àwọn igi, àti àwọn ohun ọ̀gbìn àti àwọn òdòdó, kí wọn kíó hù jáde, Ọlọ́run sì ri wípé ó dára. Ọlọ́run dá ọ̀sán àti òru, àwọn ẹranko inú òkun, àwọn ẹiyẹ, àwọn ẹranko tón rìn nílẹ̀, Ó sì rí wípé ó dára.

Nígbànáà ni Ọlọ́run dá ènìyàn ní àwòrán ara rẹ̀, ó dá wọn ní ọkùnrin àti ní obìnrin - Ó sì ríi wípé ó dára.

Ọlọrun dá ìwọ ọmọdé, ó fi ọ́ sínú ìyáà rẹ, ó sì sọ wípé èyí dára. Ọlọrun rí ọ gẹ́gẹ́ bí ẹni tí a yà sọ́tọ̀

IBI JESU (THE BIRTH OF JESUS)

Ní ọjọ́ kan, ángẹ̀lì Gábrẹ̀lì fi ara han wúndía kan tí àń pè ní Màríà, ó sì sọ fun wípé 'Alábùkún ni fún ọ, ẹni tí a dá lọ́lạ jùlọ' Ọlọ́run wà pẹ̀lú rẹ. ó sọ fun wípé yóò bí ọmọ ọkùnrin kan tí yóò pè ní Jésù. Ọmọ náà yóò ga, a ó sì máa pèé ní ọmọ ọ̀gá ògo. Màríà gbàgbọ́, ó sì lóyún.

Jósẹ́fù, àfẹ́sọ́nà Màríà mú ẹbíi rẹ̀, ó sì g'òkè lọ sí Bẹ́tlẹ́hẹ́mù fún ètò ìkànì, sùngbọ́n kòsí àyè nínú àwọn yàrá ìgbàlejò fún wọn, àsìkó sì tó láti bí ọmọ náà. Nítorí náà, wọ́n lọ sí ibùjẹ ẹran, a sì bí Jésù síbẹ̀.

Ní ọ̀nà jínjìn, ángẹ̀lì kan fi ara han àwọn olùṣọ́-àgùntàn, ó sì fi ìròyìn ayọ̀ ìbí Jésù tó wọn létí. Lójijì, àwọn ángẹ̀lì tí ó pọ̀ fi ara hàn, wọ́n sìń kọrin ìyìn sí Ọlọ́run! Àwọn olùṣọ́-àgùntàn náà yára kúrò lẹ́yìn tí ángẹ̀lì náà lọ, wọ́n sì lọ sí ibi tí Màríà, Jósẹ́fù àti ọmọ náà wà ní ibùjẹ-ẹran ní ibi tí ángẹ̀lì náà sọ fún wọn pé wọn yóò ti rí wọn. Lẹ́yìn tí wọ́n rí Jésù, wọ́n padà lọ, wọ́n n yin Ọlọ́run, wọ́n sìń tan ìròyìn ayọ̀ náà káàkiri fún àwọn ẹlòmíràn.

Jòhánù 3:16 - Nítorí Ọlọ́run fẹ́ aráyé tóbẹ́ẹ̀ gẹ́, tí ó fi ọmọ bíbíi rẹ̀ kan ṣoṣo fúnni, pé ẹnikẹ́ni tí ó bá gbàágbọ́, kí ó má ba ṣègbé, ṣùgbọ́n kí ó lè ní ìyè àìnípẹ̀kun.

Ọlọ́run fẹ́ràn rẹ tó bẹ́ẹ̀ tí ó fi Jésù fún ọ láti jẹ́ ọ̀rẹ́ rẹ àti láti mú àìlera àti ìbànújẹ́ rẹ kúrò. Ǹjẹ́ wàá bá Jésù sọ̀rọ̀ lónìí nípa ohun tíó dára àti èyí tí kò dára? ó fẹ́ gbọ́ láti ọ̀dọ rẹ. ó fẹ́ jẹ́ ọ̀rẹ́ rẹ.

DÁNÍẸ̀LÌ ÀTI IHÒ KÌNÌÚN (DANIEL AND THE LION'S DEN)

Dáníẹ̀lì jẹ́ ẹni tí ó dá yàtọ̀, tí ó sì dàgbà nínú ìgbọràn ti isòtítọ́ ní sínsin Ọlọ́run. ó rí ojúrere gbà níwájú Ọlọ́run àti Ọba. Èyí mú kí àwọn ẹgbẹ́ rẹ̀ ṣe ìlara rẹ̀, wọ́n sì wá ọ̀nà láti fi sínú ìdánwò.

Ní ọjọ́ kan, wọ́n gba ọba nímọ̀ràn láti mú kí gbogbo ènìyàn nínú ìjọba rẹ̀ máa gbàdúrà sí òun nìkan fún ọgbọ̀n ọjọ́, àti wípé, ẹnikẹ́ni tí kò bá ṣe èyí, wọn yóò sọ́ sínú ihò kìnìún! Ṣùgbọ́n nígbàtí Dáníẹ̀lì gbọ́ èyí, ó kọjú sí Ọlọ́run lẹ́sẹ̀kẹsẹ̀ nínú àdúrà, ó gbàdúrà lẹ́mẹ̀ẹ̀ta lójúmọ́ sí Ọlọ́run òtítọ́ kan ṣoṣo gẹ́gẹ́ bí ó ti mań ṣe.

Nígbàtí Ọba gbọ́ èyí, ó pàṣẹ pé kí wọ́n sọ Dáníẹ̀lì sínú ihò Kìnìún. Ní ọjọ́ kejì, ọba lọ wò bóyá Dáníẹ̀lì sì wà láàyè, Ọba wípé, 'ǹjẹ́ Ọlọ́run tí iwọ́ n sìn gbà ọ́?' Dáníẹ̀lì Dáhùn wípé, 'Ọlọ́run mi rán ángélì kan, ó sì pa àwọn kìnìún lẹ́nu mọ́. Wọn kò le ṣe mí ní ibi.' Nígbànáà ni ọba pàṣẹ pé kí wọ́n sọ àwọn ẹni ìkà náà sínú ihò kí wọ́n sì parun!

Dáníẹ́lì yàn láti ṣe ohun tí ó tọ́. Ohun tí ó tọ́ wo ni ìwọ yóò dúró fún lónìí gẹ́gẹ́ bíi Dáníẹ́lì?

ALÁÁNÚ ARÁ SAMÁRÍÀ (THE GOOD SAMARITAN)

Ní ọjọ́ kan, ọkùnrin kan ń sọ̀kalẹ̀ láti Jerúsálẹ́mù lọsí Jẹ́ríkò nígbàtí àwọn olè dáa lọ́nà. Àwọn olè náà gba aṣọ rẹ̀ àti àwọn ohun ìní rẹ̀, wọ́n nàá ní ànàféékú, wọ́n sì fi sílẹ̀ lójú ọ̀nà.

Àlùfáà kan ń rin ìrìnàjò ní ojú ọ̀nà yìí, nígbà tí ó rí ọkùnrin yìí, ó kọjá lọ sí òdìkejì láì ran ọkùnrin yìí lọ́wọ́. Aráa Léfì kan náà ń rin ìrìnàjò ní ọ̀nà yìí, ó rị ọkùnrin náà pẹ̀lú ìpalára, òun náà sì kọjá sí òdìkejì láì ràán lọ́wọ́.

Nígbà náà ni ọkùnrin ará Samáríà kan ń rin ìrìnàjò ní ọ̀nà náà. Nígbàtí ó rí ọkùnrin yìí pẹ̀lú ìpalára, ó yára lọ sí ọ̀dọ̀ rẹ̀ láti ràán lọ́wọ́, ó di ojú egbò rẹ̀, ó sì da òróró àti ọtí

wáínì lée. Ó gbé ọkùnrin náà sí orí kẹ́tẹ́kẹ́tẹ́ rẹ̀, ó sì gbée lọ sí ilé ìwòsàn. Ó sọ fún wọn kí wón tọ́jụ rẹ̀, ó sì sọfún wọn pé òun yóò san gbogbo owó tí wọ́n bá ná lórí ìtọ́jú ọkùnrin náà.

Èwo nínú àwọn ènìyàn mẹ́ta wọ̀nyíí ni ìwọ rò pé ó fi àánú hàn? Báwo ni o ṣe lè ran ẹnití ó bá nílò ìrànlọ́wọ́ lọ́wọ́?

JÉSÙ BỌ́ ẸGBẸ̀RÚN MÁRÙN-ÚN ÈNÌYÀN (JESUS FEEDS THE 5,000)

Ní ọjọ́ kan, Jésù ya ara rẹ̀ sọ́tọ̀ láti dá wà nìkan, nígbàtí àwọn ènìyàn mọ ibi tí o wà, ọ̀pọ̀lọ̀pọ̀ èrò wá, wọ́n sì yíi ká. Nígbàtí Jésù rí wọn, àànú wọ́n ṣeé, ó bojú àànú wò wọ́n, ó sì wo ààrun wọn sàn.

Àwọn ènìyàn náà jẹ́ ọkùnrin ẹgbẹ̀rún márùn-ún láì ka àwọn obìnrin àti àwọn ọmọdé. Àwọn ọmọ ẹ̀yìn Jésù sì rí àkàrà márùn-ún péré àti ẹja wẹ́wẹ́ méjì lọ́wọ́ ọmọkunrin kékerè kan.

Jésù gba oúnjẹ náà lọ́wọ́ àwọn ọmọ ẹ̀yìn rẹ̀, ó gbàdúrà, ó dúpẹ́ lọ́wọ́ Ọlọ́run, ó sì bu àkàrà náà. Wọ́n pín àkàrà náà káàkiri, àwọn ènìyàn náà jẹun, wọ́n sì yó. Àwọn ọmọ ẹ̀yìn Jésù sì tún rí apẹ̀rẹ̀ méjìlá kó nínú oúnjẹ tí ó ṣẹ́kù. Ìyanu ni èyí jẹ́.

Ohunkóun tí o bá ní tó fún Ọlọ́run. Gbàgbọ́
nínú rẹ̀ láti pèsè fún àìní rẹ.

NÓÀ ÀTI ỌKỌ̀ RẸ̀ (NOAH AND THE ARK)

Ní ìgbà kan rí, ọkùnrin dáadáa kan wà tí orúkọ rẹ̀ njẹ́ Nóà. Ìwà ìkà pọ̀ ní ayé tó bẹ́ẹ̀ tí Ọlọ́run fi sọ fún Nóà wípé òun yóò fi omi pa ayé rẹ́, àti wípé kí Nóà kan ọkọ̀ kan láti gba àwọn ẹranko là. Ọkọ̀ náà tóbi tóbẹ́ẹ̀ tí ó lè gba àwọn ẹranko ní akọ àti abo pẹ̀lú àwọn ènìyàn. Ẹranko èyí tí o lè lérò wà nínú ọkọ̀ náà. Nígbà tí ìkún omi dé, Nóà pẹ̀lú ẹbí rẹ̀ wọnú ọkọ̀ náà, wọ́n sì ti ilẹ̀kùn.

Òjò rọ̀ fún ogójì ọ̀sán àti òru. Lẹ́yìn tí ọkọ̀ náà sọ̀kalẹ̀ sórí òkè kan, Nóà rán ẹiyẹ kan jáde láti lọ wo ilẹ̀ ògbẹlẹ̀, sùgbọ́n ẹiyẹ náà padà wá. Lẹ́yìn ọjọ́ méje, Nóà tún rán ẹiyẹ mìràn jáde, ẹiyẹ náà sì padà pẹ̀lú ewé ólífì ní ẹnu rẹ̀, èyí túnmọ̀ sí wípé ògbẹ'lẹ̀ ti farahàn láti lọ.

Ọlọ́run búra láti máse fi omi pa ayé rẹ́ mọ́ láílái, ó sì fi Òsùmàrè sí àwọsánmọ̀ gẹ́gẹ́ bí àmì ìbúra rẹ̀.

Nígbàkúgbà tí o bá rí Òsùmàrè ní àwọsánmọ̀, rántí wípé Ọlọ́run jẹ́ ẹni
tí ón pa májẹ̀mú mọ́, ó sì wà pẹ̀lú rẹ ní gbogbo ìgbà.

JÓSẸFÙ ALÁÀLÁ (JOSEPH THE DREAMER)

Ọmọkùnrin kan wà nígbàkan rí tí orúkọ rẹ̀ n jẹ́ Jósẹfù tí bàba rẹ̀ fẹ́ràn pẹ̀lú ojúrere. Gẹ́gẹ́ bí èbùn, bàba rẹ̀ fun ní aṣọ aláwọ̀ pụ̀pọ̀, èbùn yìí sì mú kí àwọn ẹ̀gbọn rẹ̀ máa jowú rẹ̀ nítorí wọ́n ri wípé òun ni baba wọn fẹ́ràn jùlọ.

Ní ọjọ́ kan, Jósẹfù lá àlá wípé ìtí àwọn arákùnrin rẹ̀ mọ́kànlá n tẹríba fún tirẹ̀. Ní ọjọ́ òmíràn, ó lá'làá wípé òrùn àti òsùpá àti àwọn ìràwọ̀ méjìlá tí ó dúró fún bàbá, màmá àti àwọn ẹ̀gbọn rẹ̀ n tẹríba fun. Ó sọ àlá yìí fún àwọn arákùnrin rẹ̀ ṣùgbọ́n inú wọn kò fi bẹ́ẹ̀ dùn si.

Nítorí náà, àwọn ẹ̀gbọ́n rẹ̀ ṣe oun tí kò dára fún Jósẹfù. Ṣùgbọ́n Ọlọ́run wà nínú iṣẹ́ náà, Ọlọ́run wà pẹ̀lú Jósẹfù bí wọ́n ti sọọ́ sínú kànga gbígbẹ àti bí wọ́n ti tàá ní ẹrú, nígbàtí a sọọ́ sínú túbú àti nígbà tí a múu wá sínú àfin ọba.

Ọlọ́run ní ètò fún Jósẹ́fù, ó sì wà pẹ̀lú rẹ̀ ní gbogbo ọ̀nà.
Ọlọ́run wà pẹ̀lúù rẹ nínú ohun gbogbo tí o bá n là kọjá.

JÓNÀ ÀTI ẸJA ŃLÁ NÁÀ (JONAH AND THE WHALE)

Ọlọrun sọ fún Jónà láti lọ wàásù ní ìlú kan tí à ń pè ní Nínéfè. Ìlú Nínéfè jẹ́ ọ̀tá àwọn ọmọ Ísrẹ́lì tí ó ga jùlọ, Jónà kò sì fẹ́ràn ohun tí Ọlọrun sọ fun láti se, nítorí náà, ó gbèrò láti ṣe àìgbọràn kí ó sì sá kúrò níwájù Ọlọrun.

Ó wọ ọ̀kọ̀ tí ó n lọ sí ibòmíràn tí ó yàtọ̀ sí ibi tí Ọlọrun ran sí, ṣùgbọ́n Ọlọrun rán atẹ́gùn líle sí ọkọ̀ náà. Àwọn ènìyàn tí ó wà nínú ọkọ̀ náà sàwárí wípé Jónà ni ó fa atẹ́gùn líle tí ó dìde sí ọkọ̀ náà, wọ́n sì gbèrò láti sọ ọ́ sínú omi. Lẹ́yìn tí wọ́n sọ ọ́ sínú omi, atẹ́gùn líle náà dáwọ́ dúró.

Ṣùgbọ́n Ọlọrun rán ẹja ńlá kan láti gbé Jónà mì àti láti gbàá lọ́wọ́ ikú. Jónà wà nínú ikùn ẹja náà fún ọjọ́ mẹta, ní inú ẹja náà, ó gbàdúrà sí Ọlọrun, ó sì ronúpiwàdà fún àìgbọ́ràn rẹ̀. Lẹ́yìn ọjọ́ mẹta, ẹja náà pọ̀ọ́ sí etí òkun Nínéfè. Bí ó ti yẹ kí ó rí nìyíí! Jónà gba ìgboyà láti ọ̀dọ̀ Ọlọrun, ó sì lọ sínú Nínéfè láti wàásù fún àwọn ènìyàn náà.

Ọlọ́run, jọ̀wọ́ ránmílọ́wọ́ láti gbọ́ràn sí ohun gbogbo tí o bá
wí fúnmi, bí ó tilẹ̀ wù kí ó rí. Àmín!

SÁKÉRÙ AGBOWÓ ÒDE (ZACCHAEUS THE TAX COLLECTOR)

Ní ìgbà kan rí, okùnrin kan wà tí orúkọ rẹ̀ ńjẹ́ Sákérù. Ó jẹ́ ògá àwọn agbowó òde, ó sì jẹ́ ọlọ́rọ̀. Nígbàtí Jésù n kojá, ó fẹ́ rí Jésù, ó sì fẹ́ gbọ́ láti ẹnu rẹ̀, ṣùgbọ́n kò lè ríi nítorí ó jẹ́ ènìyàn kúkurú. Nítorínáà, ó gun igi síkámórì láti rí Jésù.

Bí Jésù tiń kọjá, ó wo òkè ó sì rí Sákérù lórí igi, ó pèé kí ó sọ̀kalẹ̀ àti wípé òun fẹ́ láti gbé ní ilé rẹ̀.

Nígbàtí àwọn ènìyàn rí èyí, gbogbo wọn kùn wípé "ó ti lọ sínú ilé ẹlẹ́ṣẹ̀." Sákérù yára ronúpìwàdà nígbàtí ó wà pẹ̀lú Jésù, ọ sì ṣe ìlérí láti dá ohun gbogbo tí ó ti fi ipá gbà lọ́wọ́ àwọn ènìyàn padà, Jésù sì wí fúun pé a dárí ẹ̀ṣẹ̀ rẹ̀ jíí.

Èyin ọmọdé, kòsí ohun tí àwọn ènìyàn lè máa sọ, Jésù fẹ́ràn yín àti wípé, a ti pè wá láti fẹ́ràn àwọn ẹlòmíràn láì fi ṣe ohunkóun tí wọ́n bá ti ṣe.

ỌMỌ ONÍNÀKÚNÁ: ÌFẸ́ BÀBÁ KAN (THE PRODIGAL SON: A FATHER'S LOVE)

Ní ìgbà kan rí, ọkùnrin kán wà tí ó ní àwọn ọmọkùnrin méjì. Èyí tí ó jẹ́ àbúrò sọ fún bàba rẹ̀, 'Bàbá, fúnmi ní ìpín tèmi nínú ọrọ̀ rẹ.' Nítorínáà, ọkùnrin náà pín ọrọ̀ rẹ̀ láàrín àwọn ọmọ rẹ̀.

Lẹ́yìn èyí, ọmọ rẹ̀ kékeré rìnrìn ajò lo sí ìlú tí ó jìn, ó sì ná gbogbo ọrọ̀ bàba rẹ̀ ní ìnákúná. Ìyàn tíó le bẹ̀rẹ̀ ní ìlú náà, ẹbi sì bẹ̀rẹ̀ sí ní pa ọmọkùnrin yìí. Kò ní ounkóun, ebí sìn paá gidigidi débi wípé ó gbà láti máa ṣiṣẹ́ ní ilé Ẹlẹ́dẹ̀, ó sì fẹ́ láti jẹ nínú oúnjẹ Ẹlẹ́dẹ̀ ṣùgbọ́n ẹnikẹ́ni kò fun ní ounkóun.

Ní ìparí, ó bá ara rẹ̀ sọ̀rọ̀, ó sì padà lọsí ọ̀dọ̀ bàba rẹ̀ pẹ̀lú ìrẹ̀lẹ̀ dé bi wípé ó rẹ ara rẹ̀ sílẹ̀ sí ipò ẹrú ní ilé bàba rẹ̀. Ṣùgbọ́n ní ìgbà tí ó sì wà ní ọ̀nà jínjìn, bàba rẹ̀ rìí. Pẹ̀lú àánú nínú ọkàn rẹ̀, bàba rẹ̀ sáré tọ ọmọ náà, ó sì rọ̀ mọ́ọ. Bàba náà dáríjì ọmọ rẹ̀, wọ́n sì ṣètò ayẹyẹ ńlá nítorí ọmọ rẹ̀ tí ó sọnù ti padà wálé.

Oṣeun Ọlọrun, nítorí pé o jẹ olùfẹ, o sì n dáríjini. Bí ó ti lè
wù kí a lọ jìnà sí o, a sì le sá padà tọ ọ wá.

ÌHÁMÓRA ỌLỌRUN (THE ARMOR OF GOD)

Ǹjẹ́ ìwọ́ yóò fẹ́ láti jẹ́ jagunjagun fún Ọlọrun? O jẹ́ ọ̀kan! Ọlọrun ti
fún ọ ní gbogbo ìhámọ́ra rẹ̀ láti dojú ìjà kọ àwọn ìwà ìkà.

Dúró sinsin nígbànáà pẹ̀lú àmùre rẹ̀. Wọ igbáàyà òdodo àti bàtà ìhìnrere
ti àláfíà.

Mú àpáta ìgbàgbọ́ nínú bàbá aláàbò àti olùfẹ́ rẹ, Ọlọrun, kí o sì
wọ
àsíborí ìgbàlá. Di idà ẹ̀mí mú sinsin, èyi tí n ṣe Ọ̀rọ̀ Ọlọrun.

Sword of the Spirit

Helmet of salvation

Breastplate of righteousness

Shield of faith

Belt of truth

Feet with the gospel of peace

Wọ ara rẹ, Jagunjagun Ọlọ́run kékeré.

DÁFÍDÌ ÀTI GÒLÁYÁTÌ (DAVID AND GOLIATH)

Ní ìgbà kan rí, orílè-èdè Ísréli ja ogun pèlú àwọn ará Filístíni. Okùnrin alágbára Filístíni kan wà tí orúkọ rè ń jé Gòláyátì tí o ga ju ìwòn ìbùsè mésàán! Fún ogójì ọjó, Ó n ṣe ẹléyà àwọn ọmọ Ísréli àti Ọlórun wọn, ṣùgbón gbogbo ènìyàn ni ó bèrù láti dojú ìjà koó.

Ní ọjó kan, bàba ọmọkùnrin Dáfídì ran láti lọ wo àwọn ègbón rè tí wọn wà ní ojú ogun kí ó sì mú ìròyìn padà wá. Dáfídì gbọ́ nípa alágbára Gòláyátì tí ó n ṣe ẹléyà Ísréli àti Ọlórun. Dáfídì kò láti jé kí ègbin yìí lo gbé, ó sì gbà láti bá alágbára yìí jà. Dáfídì jé akínkánjú, ó sì mọ̀ wípé Ọlórun yóò wà pèlú òun.

Dáfídì pèlú kànàkànà rè, ó mú òkuta márùn-ún, ó sì súnmọ́ alágbára náà. Nígbàtí Gòláyátì ríi, ó fi Dáfídì rèríìn nítorí Dáfídì jé ọmọkùnrin kékeré. Dáfídì sọ fun wípé ó rò wípé òun lágbára pèlu idà lọ́wọ́, ṣùgbón òun wá láti báa jà ní orúkọ Ọlórun ẹni gíga. Dáfídì mú òkúta kàn, ó sì fíí, òkúta náà ba Gòláyátì ní orí, ó sì ṣubú.

Àwọn ará Filístíni yípadà, wọ́n sì sá nígbàtí wọ́n rí ohun tó ṣelè, gbogbo ènìyàn sì yin Ọlórun fún ìṣégun náà.

Ǹjẹ́ ìwọ yóò dúró gẹ́gẹ́ bíi akíkanjú lòdì sí ounkóun tí ó
dàbíi pé ó tóbi tí ó bani lẹ́rù tí ó sì lòdì? Bẹ́ẹ̀ni, o leè dúró
nítorí Ọlọ́run wà pèlú rẹ.

Retold and published by

OMO
RANDLE

www.ingramcontent.com/pod-product-compliance
Lightning Source LLC
Chambersburg PA
CBHW041609120626
46551CB00002B/377